சனநாயகம்: ஃபாசிசத்தை வீழ்த்தும் கோட்பாடு

முனைவர் தொல். திருமாவளவன் எம்.பி.

தொகுப்பு: வி. அஜித் செல்வராஜ்

சனநாயகம்: ஃபாசிசத்தை வீழ்த்தும் கோட்பாடு

தொல். திருமாவளவன்

முதல் பதிப்பு: செப்டம்பர் 2023

வெளியீட்டு எண்: 111

வெளியீடு: அறம் பதிப்பகம்

Jananaayagam: Pasisathai Veezhthum Kotpadu
Thol. Thirumavalavan

Copyright: Author

First Edition: September, 2023

Published by: Aram Publication
Address: No. 3/582, Mullai street,
Kasthuribai Nagar, Mullipattu Village & Post
Arani Taluk - 632 316
Tiruvannamalai Dt, Tamil nadu
Contact Cell No: 9150724997
e-mail: arampublication50@gmail.com

Designer: G. Murugan

Printed at: Manipal printers, Chennai.

ISBN: 978-93-91480-95-0

Pages: 32, Price: INR 50

நன்றிகள்...

அரப்பாக்கம் திரு. S. இராஜா

பொது காப்பீட்டுத் துறை,
ஒருங்கிணைப்பாளர்,
அரசு ஊழியர்கள் அய்க்கியப் பேரவை,
வேலூர் மாவட்டம்.

திரு S.பாஸ்கரன்

சி.எம்.சி மருத்துவமனை,
வேலூர் ஒருங்கிணைப்பாளர்,
அரசு ஊழியர்கள் அய்க்கியப் பேரவை,
வேலூர் மாவட்டம்.

என்னுரை

பொதுவாக அரசியல் கட்சித் தலைவர்கள், தான் பேசக்கூடிய மேடையில் தன்னை முன்னிறுத்தியும் தமது இயக்கத்தை விளம்பரப் படுத்தியுமே உரை நிகழ்த்துவார்கள். ஆனால் தலைவர் திருமா சற்றே வித்தியாசமானர். தமது எல்லா மேடைகளையும் வகுப்பறைகளாக்கி, பல்கலைக்கழகப் பேராசிரியர் போல் அரசியல் பாடம் நடத்தும் ஆற்றல் கொண்டவர். எளிய மக்களும் புரிந்து கொள்ளும் வகையில் தன்னுடைய வாதங்களை எளிய மொழியில் ஆழமாக முன்வைப்பவர்.

தொண்ணூறுகளின் தொடக்கத்தில், அவர் கால்பட்ட இடமெல்லாம் புரட்சித் தீ பரவியது. அழுகுரலாய் இருந்த தலித் அரசியல் களத்தை தமது நெருப்புப் பேச்சுக்களால் சூடேற்றினார். அவரால் ஈர்க்கப்பட்டு வெகுண்டெழுந்த இளைஞர் கூட்டம், தங்களை விடுதலைச் சிறுத்தைகளாய் இணைத்துக் கொண்டு மாபெரும் சமூக மாற்றத்தையே இன்று நிகழ்த்திக் காட்டியுள்ளது. தமிழக மண்ணில் ''திருமாவுக்கு முன் திருமாவுக்குப் பின்'' என்றே இனிவரும் காலங்களில் வரலாறு எழுத்தப்படும்.

சமூக மாற்றத்தைப் பிரசவித்த புரட்சியாளராகவும் மாபெரும் மக்கள் இயக்கத்தின் தனிப்பெருந் தலைவராகவும் திருமா அவர்கள் மிளிர்கின்றார்.

தமிழக மண்ணில், தந்தை பெரியாருக்குப் பின் பார்பனிய கோட்பாட்டை அம்பலப்படுத்தி வரும் தலைவராகவும் அதன் வேர்ச்சொல்லான ''சனாதனம்'' என்பதை அடையாளப்படுத்தி வெகுமக்களிடம் கொண்டு சேர்த்த பெருமையும் தலைவர் திருமா

அவர்களையே சாரும். சனாதனம் என்னும் அச்சொல் தீவிரமான அரசியல் களத்தில் இன்று இந்திய நிலப்பரப்பெங்கும் பொது மக்களிடம் சேர்ந்துள்ளது என்றால், அதற்குக் காரணம் தலைவர் திருமா என்றால் அது மிகையல்ல. அச்சனாதனத்திற்கெதிராக இன்று நாடெங்கும் எழுந்து வரும் அரசியல் யுத்தமே "சனநாயகம் காப்போம்" என்பதாகும்.

புரட்சியாளர் டாக்டர் அம்பேத்கர் அவர்கள் 1949 நவம்பர் 25ஆம் நாள் அரசமைப்புச் சட்ட அவையில் ஆற்றிய இறுதி உரையில் ஓர் எச்சரிக்கை விடுத்தார். "வெறும் அரசியல் சனநாயகத்துடன் மனநிறைவு அடைந்துவிடக் கூடாது. நம்முடைய அரசியல் சனநாயகத்தைச் சமூக சனநாயகமாக உயர்த்த வேண்டும். சமூக சனநாயகம் என்றால் என்ன? அது ஒரு வாழ்க்கை நெறி. அதில் சுதந்தரம், சமத்துவம், சகோதரத்துவம் ஆகியவை குறிக்கோள்களாக ஏற்கப்பட்டிருக்கும்" என்று.

அதே உரையில், சுதந்தரம், சமத்துவம், சகோதரத்துவம் என்பதற்கு அம்பேத்கர் பின்வருமாறு விளக்கமளித்துள்ளார். "சுதந்தரம், சமத்துவம், சகோதரத்துவம் ஆகிய மூன்றும் தனித்தனியான கோட்பாடுகள் என்று கருதக்கூடாது. அவை ஒன்றோடொன்று ஒத்திசைந்தே இயங்கக் கூடியவை. ஒன்றிலிருந்து மற்றொன்றைப் பிரித்துப் பார்ப்பது சனநாயகத்தின் முதன்மையான நோக்கத்தையே சிதைப்பதாகும். சமத்துவத்திலிருந்து சுதந்தரத்தைப் பிரிக்க முடியாது. அதே போன்று சுதந்தரத்திலிருந்து சமத்துவத்தைப் பிரிக்க முடியாது. சமத்துவம் இல்லாத போது, சுதந்தரம் என்பது சிறு கூட்டத்தினர் பெரும் எண்ணிக்கையினர் மீது மேலாதிக்கம் செய்ய வழிகோலும்".

சனநாயகம் என்பது வெறும் தேர்தல் அரசியலிலும் அதன்மூலமாக ஆட்சியதிகாரத்திலும் இருப்பது மட்டுமல்ல; சமூக நிலையில் சமத்துவமும் பொருளாதார நிலையில் சமத்துவமும் ஏற்படுவதே அரசியல் சனநாயகத்தை நிலைக்கச் செய்யும் என்கிற கருத்தில் புரட்சியாளர் டாக்டர் அம்பேத்கர் ஆழமான நம்பிக்கைக் கொண்டிருந்தார்.

இன்றைய சூழலில் இந்தியாவின் சனநாயகம் பெரும் நெருக்கடியைச் சந்தித்துவருகின்றது. சுதந்தரம், சமத்துவம்,

சகோதரத்துவம் ஆகியவற்றை மறுக்கும் கோட்பாடான 'சனாதனம்' அல்லது 'ஃபாசிசம்' இங்கு நிலைபெற தொடர்ச்சியாக சதி(செயல்) திட்டங்கள் தீட்டப்பட்டு வருகின்றன. இவற்றுக்கெதிரான கோட்பாடாம் சனநாயகத்தைப் பாதுகாக்கும் பெரும் பொறுப்பை தலைவர் திருமா அவர்கள் தன் தோல் மீது சுமந்துக்கொண்டு தொடர்ச்சியாக மக்களை அரசியல்படுத்தி வருகின்றார். "சனநாயகம் காப்போம்" என்னும் கருப்பொருளில் தமிழ்நாடு, புதுச்சேரி, ஆந்திரா, தெலுங்கானா என பல்வேறு மாநிலங்களில் தொடர்ச்சியாக மக்கள் பெருந்திரள் மாநாடுகளை கடந்த காலங்களில் நடத்திக்காட்டிய பெருமை விடுதலைச் சிறுத்தைகளையே சாரும்.

"கருத்தினில் தெளிவுபெற கலைச்சொற்கள் வேண்டும்! -மக்கள் களத்தினில் அவற்றை கையாளுதல் வேண்டும்!" என்னும் தலைவர் திருமா அவர்களின் அமைப்பாய்த் திரள்வோம் நூலின் முழக்கத்திற்கேற்ப தமது மேடைகளில் பயன்படுத்தும் சொற்களின் மூலம் மக்களை கருத்தியல் தெளிவுபடுத்தி அதனை வெகுமக்களிடம் கொண்டுசெல்லும் பணியைச் செவ்வென செய்து வருகின்றார்.

புத்தனின் போதனை நெறி போல, இயேசுவின் மலைப்பொழிவு போல, வள்ளுவனின் குறள் போல, தமது நாவிலிருந்து உதிக்கும் ஒவ்வொரு வார்த்தைகளையும் தேர்ந்த ஞானியைப் போல் கையாளுகின்றார் தலைவர் திருமா அவர்கள். அதனால்தான் அவரை ''சொல்ஞானி'' என்று கவிஞர் யாழன் ஆதி அவர்கள் குறிப்பிடுகிறார். ஆன்ராய்டு காலத்திலும் அக்னிசட்டி கதைகளைச் சொல்லி சனாதனத்தை கூர்மைபடுத்தும் தலைவர்கள் நடுவே அரசியல் கருத்தியல் பெட்டகமாக அவர் உயர்ந்து நிற்கின்றார். தன்னைப் பின்தொடரும் இளைஞர்களுக்கு புரட்சியாளர் அம்பேத்கர்- தந்தை பெரியார் பேராசான் மார்க்சு ஆகியோரின் கொள்கை அரசியலை கற்பிக்கும் ஆசானாக அவர் இருக்கின்றார்.

இந்தியாவைச் சூழ்ந்திருக்கும் சனாதன இருளை கிழிக்க வந்த "மின்னல் கீற்றாக" தமது அரசியல் நகர்வுகளை தமக்கு கிடைக்கும் மேடைகள் தோறும் சரியாகப் பயன்படுத்துகின்றார். சனாதன கோட்பாட்டின் அடிநாதமான மனுதர்மத்தை

வெளிப்படையாக அம்பலப்படுத்தி, தன்மீது பரப்பட்ட அவதூறை தவிடுபொடியாக்கி, பெண்களை இழிவு செய்யும் மனுதர்ம நூலினை வெகுமக்களிடம் கொண்டு சேர்த்து, சங்பரிவார் கும்பலை பிடரியில் அடித்து ஓடவிட்டார் என்பது நிகழ்கால வரலாறு. நூற்றாண்டு காணப்போகும் ஆர்.எஸ். எஸ் இயக்கத்தின் பேரணியை தமிழ்நாட்டில் நடக்கவிடாமல் சனநாயக சத்திகளை ஒருங்கிணைத்து அதற்கெதிர்ப் பேரணியை அறிவித்து, சனாதனிகளை ஆட்டம் காண வைத்தார்

அத்தகைய மகத்தான தலைவர் திருமாவின் சமரசமற்ற அரசியல் பார்வையும் செயற்பாடுகளும் நம்மை வியப்பில் ஆழ்த்துகின்றன. என்னைப் போன்ற பல இளைஞர்களுக்கு கொள்கை நெறியில் வீரியமாக செயல்படும் துணிவைத் தருகின்றன. சனாதனத்திற்கு நேரெதிர் கோட்பாடான சனநாயகத்தை இம்மண்ணில் உறுதி செய்கின்ற அரசியலமைப்புச் சட்டத்தைப் பாதுகாக்கும் புரட்சியாளர் அம்பேத்கரின் வாரிசாக துணிவுடன் செயலாற்றி வருகிறார்.

இந்த வரலாற்றுச் சிறப்புமிக்க கருத்தியல் உரையை "சனநாயகம்; பாசிசத்தை வீழ்த்தும் கோட்பாடு" என்னும் தலைப்பில் நூலாகத் தொகுக்கும் வாய்ப்பளித்து ஊக்கம் கொடுத்த தலைநிமிர்வு தலைவர் எழுச்சித்தமிழர் முனைவர் தொல். திருமாவளவன் .எம்பி அவர்களுக்கு எமது நெஞ்சார்ந்த நன்றியை காணிக்கையாக்குகின்றேன்,

காஞ்சி மக்கள் மன்றத்தின் உழைப்பாளர் நாள் பொதுக்கூட்ட மேடையில் தலைவர் பேசிய இவ்வுரையை நூலாக்க அனுமதியளித்த மக்கள் போராளி அக்கா மகேசு, ஜெசி அவர்களுக்கும், நூலை சிறப்பாகப் பதிப்பிட்டு வெளியிடும் அறம் பதிப்பகம் பௌத்த அறிஞர் ,எழுத்தாளர் அய்யா அமரேசன் அவர்களுக்கும், இந்த நூலுக்கு அணிந்துரை வழங்கிய கவிஞர் யாழன் ஆதி அவர்களுக்கும், நூலை செழுமைப்படுத்திய கவிஞர் பாரத்தமிழ் அவர்களுக்கும், அட்டைப் படத்துக்கான புகைப்படத்தை எடுத்த புகைப்பட கலைஞர் அண்ணன் ஜேம்ஸ் எழில் இமையன் அவர்களுக்கும், இந்த நூலினை வெளியிட ஊக்கமளித்த அருட்தந்தை லிபோர் ஜோசப், அருட்தந்தை முனைவர் A.J.ஜெகதீஷ்

மற்றும் வெ.ஷாமினி ஆகியோருக்கும், நமது தமிழ்மண் பொறுப்பாசிரியர் திரு. பூவிழியன் அவர்களுக்கும் என் எண்ண ஓட்டத்தை அட்டைப் படமாக வடிவமைத்த சகோதரர் க. மதன்ராஜ் அவர்களுக்கும், கோட்டோவியங்களை அளித்த அ. வேல்முருகன் அவர்களுக்கும், எமது நண்பர்கள், இயக்கத் தோழர்கள் யாவருக்கும் எமது நெஞ்சார்ந்த நன்றியை தெரிவித்துக்கொள்கிறேன்.

அஜித் செல்வராஜ். வி

செயற்பாட்டாளர்,
விடுதலைச் சிறுத்தைகள் கட்சி.

எழுச்சித் தமிழர்:
ஜனநாயகத்தின்
காப்பரண்

இந்தியப் பெருநிலப்பரப்பில் எப்போதும் ஒரு குரல் வீரம் செறிந்து தொனித்துக்கொண்டே இருக்கிறது. அது ஓர் அரசியல் குரல். வெறுமனே பதவிக்கான அரசியல் குரல் அன்று; அது விடுதலைக்குரல். தமிழகத்தில் தொடங்கிய அந்தக் குரல் இன்று இந்தியாவின் அத்தியாவசியமான குரலாக மாறிப்போனது. அந்தக் குரலின் கம்பீரமும் அது தரும் உணர்வெழுச்சியும் பல யுகங்கள் கடந்தும் இருக்கும் என்பது வெறும் சொற்றொடர் அன்று உண்மை. அந்தக் குரல் எழுச்சித்தமிழரின் குரல்.

ஜனநாயகத்தின் மாண்புகளைக் காத்திட எல்லா சூழ்நிலைகளையும் பயன்படுத்திக்கொள்ளும் புரட்சியாளர் அம்பேத்கரின் அறிவாற்றலுடன் அரசியலாற்றும் அவரின் கோட்பாட்டு அரசியல் என்பது ஓட்டரசியல் என்னும் புள்ளியைத் தாண்டி இந்தியாவின் ஜனநாயக மாண்பினைக் காக்கும் வன்மைக் கொண்டதாகும்.

'எதிர்ப்புரட்சி நடக்கிறது' என்று எச்சரித்த முன்னாள் குடியரசுத்தலைவர் மானமிகு கே.ஆர். நாராயணன் அவர்கள் 'பசித்தவர்கள் சும்மா இருக்க மாட்டார்கள்' என்றும் எச்சரிக்கை விடுத்தார். இன்றைக்கு எல்லாரையும் செரித்துவிடும் இந்துத்துவ பாசிச மனப்பான்மையால் நெருங்க முடியாதவராக இருப்பவர் எழுச்சித் தமிழர் அவர்கள். ஏனெனில் அவர் பசித்த மானிடத்தின் தலைவர்.

ஒரியக்கத்தின் கொள்கை வடிவமாக அதன் தலைவர் இருக்க வேண்டும் என்பது மிகுந்த அவசியமானது. பல தலைவர்கள் அப்படி இல்லை. சில தலைவர்களுக்கு கோட்பாடுகளோ

அரசியல் தெளிவோ அல்லது மக்களுக்கான அரசியல் வழிமுறைகளோ தெரியாது. விபத்தினாலோ அல்லது நேர்தலினாலோ அரசியலுக்கு வந்தவர்களுக்கு கோட்பாடுகள் தெரியாது அல்லது விளங்காது. ஆனால் எழுச்சித்தமிழரின் அரசியல் என்பது நேர்நிலைத் தலைமைக்கும் தத்துவத் தலைமைக்கும் மிகச்சரியான உதாரணம்.

தற்கால அரசியல் நிலையிலிருந்து எதிர்வரும் அய்ம்பதாண்டு கால அரசியலைப் பார்க்கும் தெளிந்த தொலைநோக்குப் பார்வை உடையவர் அவர். அவருடைய இப்பணிகள் எதிர்காலத்தின் வெளிச்சமாகப் போகிறது. அதனால்தான் அவரால் இப்படி உழைக்க முடிகிறது. தன்சுகம் ஒரு துளியும் கருதாமல் தமிழ்நாட்டின் சாலைகளில் எல்லாம் அவர் பயணம் செய்கிறார். பல்வேறு மாநிலங்களில் வடபுலத்தில் அவரின் உரை தீப்பற்றி எரிகிறது. அவருடைய அரசியல் பேசப்படுகிறது. அவரின் செயல்பாடு பின்பற்றப்படுகிறது. லட்சக்கணக்கான இளைஞர்கள் அவரைப் பின் தொடர்கிறார்கள்.

தொழிலாளர் தினத்தில் தலைவர் ஆற்றிய உரை இது. இந்த உரையைக் கேட்டாலோ அல்லது வாசித்தாலோ எழுச்சித்தமிழர் எப்படிப்பட்ட பொதுமைச் சிந்தனையாளர் என்பது மிக நன்றாக விளங்கும். உழைக்கும் மக்களின் தினத்தில் உழைப்பவர்கள் பெற்ற விடுதலையைப் பேசத்தொடங்கி தன் வாழ்வின் துயர காலங்களை அதனுடன் பொருத்தி முக்கால அரசியலையும் அதில் சுற்றி நாம் செல்ல வேண்டிய இலக்கினை அடைவதற்கான வழியையும் காட்டி அந்த உரை முடிந்திருக்கும்.

ஒரு படைப்பாளியின் கவன சிரத்தையோடு நின்றிருக்கும் மேடையில் எதிரிலிருக்கும் ஆயிரக்கணக்கானவர்களின் கவனத்தில் அவர் செதுக்கும் வார்த்தைகள் அடுத்த நிமிடத்திலேயே கேட்போரை களத்துக்குச் செல்ல வைக்கும் ஆற்றல் உடையவை.

உழைக்கும் மக்களுக்கான மார்க்ஸியம், பாட்டாளி வர்க்க அரசு, இந்தச் சிந்தனைகள் மாமேதை மார்க்ஸ் அவர்களால் கொண்டுவரப்பட்ட பிறகு உழைக்கும் மக்கள் குறித்த உரையாடல் தொடங்கியது என்று தலைவர் அறுதியிடும் அந்த இடத்தில் இந்த உரையின் தன்மை வெப்பம் கொள்ளுகிறது.

உலக அளவில் வர்க்கமாய் பிரிந்திருக்கும் ஏற்றத்தாழ்வுகள், இந்திய அளவில் ஜாதிகளாய் மதங்களாய் எப்படி மாறியிருக்கிறது என்பது அவர் விளக்கிவிடுகிறார். இந்து ஆன்மீகத்திற்கும் இந்துத்துவத்திற்கும் உள்ள வேறுபாட்டை அவர் அவருக்கே உரிய கோட்பாட்டுச் சிந்தனையோடு கொண்டுவருவார். அவருடைய கோட்பாடு புரட்சியாளர் கோட்பாடு. உழைக்கும் மக்களின் உரிமையைப் பேசுவது மார்க்ஸியம். அது ஜனநாயகத்தின் வடிவம். புரட்சியாளர் அம்பேத்கரின் கொள்கை ஜனநாயகம். தந்தை பெரியாரின் அரசியல் ஜனநாயகம். இந்த ஜனநாயகங்கள் தொழிலாளர் விடுதலையை, பெண் விடுதலையை, விளிம்புநிலை மக்களின் விடுதலையை சமூகநீதியைப் பேசுகின்றன. இவையாவும் மக்களுக்கானது. ஒரு மதத்திற்கோ ஒரு ஜாதிக்கோ உடையன கிடையாது.

ஆனால் இந்த ஜனநாயகத்திற்கு எதிராக நூறாண்டுகளுக்கு மேலான இயங்கிவரும் ஆர்.எஸ்.எஸ். இயக்கமும் நாற்பதாண்டுகளாக அதன் அரசியல் முகமாக செயல்பட்டு வரும் பா.ஜ.கவும் ஒரு பிற்போக்குத் தத்துவத்தை முன் வைக்கின்றன. அது சனாதனம். ஜனநாயகத்தில் மக்கள்தான் முதல். சனாதனத்தில் ஆதிக்கம் தான் முதல். அதைக் குறிக்கத்தான் அவர்கள் மன்னராட்சிக் காலத்தின் குறியீடாக இருக்கும் செங்கோலைக் கொண்டுவந்து மக்களாட்சி நடக்கும் நாடாளுமன்றத்தில் வைக்கிறார்கள். ஜனநாயகத்தை நாங்கள் ஏற்றுக்கொள்ளவில்லை என்று அவர்கள் கூறுவதற்கான செயல்வடிவம்தான் செங்கோல் வைப்பது.

புரட்சியாளர் இதைப் புரிந்துதான் ஜனநாயகம் இந்தியாவின் ஆட்சிமுறையியலாக இருக்க வேண்டும் என்று கருதினார். தேர்தல் ஜனநாயகம், சமூக ஜனநாயகம் இரண்டும் வேண்டும் என்று அவர் வலியுறுத்தினார். அந்த ஜனநாயகத்தைக் காக்கும் ஒரு பெரிய காப்பரணாக இந்திய அரசியல் சட்டத்தை வைத்தார்.

ஜனநாயகம் என்பது ஒரு ஆட்சிமுறை அல்ல; மாறாக அது ஒரு வாழ்வுமுறை சக குடிமகனுக்கு நான் தரும் மரியாதையும்

மாண்பும் என்கிறார் புரட்சியாளர் அம்பேத்கர். ஆகையால் சுதந்திரம் சமத்துவம் சகோதரத்துவம் அதன் அடித்தளமாக இருக்கிறது. அதைத்தான் எழுச்சித்தமிழர் கடைசி மனிதனுக்கும் ஜனநாயகம் என்றார். இந்த ஜனநாயகம் அழிக்கப்பட வேண்டும் என்றால் இப்போது இருக்கும் அரசியல் சட்டம் இருக்கக்கூடாது என்பதுதான் சங்பரிவார்களின் திட்டம்.

இத்திட்டத்தை முறியடிக்கும் நெஞ்சுரத்துடன் விடுதலைச் சிறுத்தைகள் களமாடுகிறது. எழுச்சித்தமிழரின் உரைகளும் போர்களும் மாபெரும் அணியத்தை மதவாதத்திற்கு எதிராகவும் ஜாதியவாதத்திற்கு எதிராகவும் உருவாக்குகின்றன.

எல்லா இடங்களிலும் தன் லட்சியத்தைப் பரப்புவதையும் அதை அரசியலாக்குவதையும் தன்னுடைய காலமாக வைத்திருக்கிறார் எழுச்சித்தமிழர். அதனால் எழுச்சித்தமிழர் ஜனநாயகத்தின் காவலராக இந்தியா முழுமைக்கும் பயணப்படுகிறார். எதிர்க்கட்சிகளை ஒன்றிணைக்கும் தேவையை வலியுறுத்துகிறார். தமிழகத்தின் அதற்கான அரசியலை அவர் எப்போதும் விளைக்கிறார். தன்னை ஓய்வறியா சனாதன எதிரியாகக் கட்டமைக்கிறார்.

அவருக்கான வலிமை தத்துவ வலிமை. அவருக்கான விடுதலை. அதனால் தான் அவர் தத்துவத்தலைமை. அதைக்கண்டு அஞ்சி நடுங்குகின்றன சனாதன சக்திகள். அப்படி சனாதனத்திற்கு எதிராக உயர்ந்து நிற்கும் உரை இது. தலைவரின் இந்த உரையை நூலாகத் தொகுக்கும் தோழர் அஜித் செல்வராஜ், அயராது உழைக்கும் விடுதலைச் சிறுத்தை. தலைவரின்மீதும் இயக்கத்தின் மீதும் தீராத பற்றுக்கொண்டவர். மாறாத கொள்கையாளர். தலைவரின் உரையை நூலாக்க வேண்டும் என்னும் அவரின் உள்ளக்கிடங்கு போற்றுதலுக்குரியது. இப்படிப்பட்ட தொண்டர்கள்தான் ஓர் இயக்கத்தின் அடித்தளமாக ஆகிவிடுகிறார்கள். இப்படி ஏராளமான இளைஞர்கள் தங்களுள்ளத்தில் எழுச்சித்தமிழரை ஏந்திக்கொண்டிருக்கிறார்கள்.

தோழர் அஜித் செல்வராஜ் அவர்களின் இப்பணி வரலாற்றை உருவாக்குகிறது. புரட்சியாளரின் உரைகள் நூல்கள் ஆனதைப் போல் எழுச்சித்தமிழரின் உரைகளும் நிகழ்காலத்தில்

நூல்களாக்கப்பட வேண்டும். அதற்கான தொழில்நுட்பங்களும் அதைச் செய்யும் ஆற்றலுள்ள தோழர்களும் நம்மிடம் உண்டு. அதை நடத்துவோம், அதற்கான அச்சாரமாகத்தன் இந்த நூல்.

தோழர் அஜித் செல்வராஜ் அவர்களுக்கு என் பாராட்டுதல்களையும் நன்றியையும் உரித்தாக்குகிறேன்.

இந்நூலை வெளியிடும் அன்பு நண்பர் பதிப்பாளர் எழுத்தாளர், மா. அமரேசன் அவர்களுக்கும் அறம் பதிப்பகத்திற்கும் வாழ்த்துகள்.

வாருங்கள் எழுச்சித் தமிழரோடு கைக்கோர்ப்போம் கருத்தின் வழி, நூல்களின் வழி, களத்தின் வழி.

கவிஞர் **யாழன் ஆதி**

மாநிலச் செயலாளர்,
வி.சி.க.இ.பே.

பதிப்புரை

அறம் பதிப்பகம் தமிழகத்தில் புத்தநெறி, காந்தியம், மார்க்சியம், பெரியாரியம், திராவிட இயக்கவியல் மற்றும் விழிப்புணர்வு நூல்களின் களஞ்சியமாகத் தற்போது திகழ்கின்றது. அந்த வகையில் எழுச்சித் தமிழரின் 58-ஆவது பிறந்தநாளில் கவிஞர் யாழன் ஆதி எழுதிய, தமிழின் மிக நீண்ட ஒரே கவிதையான "நெடுநல்வாடன்"ஐ பதிப்பித்தோம். அதன்பின் எழுச்சித் தமிழரின் 59ஆம் பிறந்தநாளில் தனித்தமிழ் தென்றல் கவிஞர் செ. மன்னர்மன்னன் எழுதிய "விடுதலை வெளிச்சம்" நூலை வெளியிட்டோம். அவரின் 60ஆம் பிறந்தநாளில் கவிஞர் அ.பா. தமிழன்பன் எழுதிய "சமூக நீதி சமூகங்களின் காவலன்" புத்தகத்தை வெளியிட்டு அறம் பதிப்பகம் பெருமைக் கொண்டது.

அந்த வகையில் தற்போது மணிவிழா நாயகனாகியிருக்கும் எழுச்சித் தமிழரை பெருமைபடுத்தும் வகையில் அவரது பிறந்தநாள் கொண்டாட்டமாக தமிழில் முன்னனி கவிஞர்களைக் கொண்டு ஆறுக்கும் மேற்பட்ட புத்தகத்தை கொண்டுவரும் நோக்கத்தில் இருந்த நேரத்தில் அஜித் செல்வராஜ் எழுதிய "ஜனநாயகம்: பாசிசத்தை வீழ்த்தும் கோட்பாடு" என்னும் இந்தப் புத்தகத்தையும் தலைவரின் மணிவிழா ஆண்டில் வெளியிடுவதில் பெருமைக் கொள்கின்றது அறம் பதிப்பகம்.

பண்பும் பாசமும் கொண்ட எழுச்சித் தமிழரின் படையணியில் முன்னனித் தோழரான அஜித் செல்வராஜின் இந்தப் புத்தகம் தமிழின் மிக முக்கியமானப் புத்தகம். இந்தப் புத்தகத்தை வடிவமைத்த தோழர் ஜீ. முருகனுக்கு நன்றி. அச்சிட்ட மணிப்பாள் நிறுவனத்துக்கும் நன்றி.

மா. அமரேசன்

சனநாயகம்:
ஃபாசிசத்தை வீழ்த்தும் கோட்பாடு

காஞ்சி மக்கள் மன்றத்தின் உழைப்பாளர் தின
பொதுக்கூட்ட மேடையில் 13 மே 2023 அன்று
எழுச்சித் தமிழர் ஆற்றிய உரை.

என் உயிரின் உயிரான விடுதலைச் சிறுத்தைகளே, தமிழ்ச் சொந்தங்களே, உங்கள் அனைவருக்கும் என் பணிவான வணக்கத்தைத் தெரிவித்துக் கொள்கிறேன்.

மே தினம் உழைப்பாளர்களின் நாளாக, பாட்டாளிகளின் நாளாக, உலகம் முழுவதும் கொண்டாடப் பட்டு வருகின்றது. வருடத்தில் 365 நாட்களில் உழைப்பாளர்களுக்காக ஒதுக்கப்பட்டுள்ள நாள் மே முதல் நாள். இந்த ஒரு நாளிலாவது உழைக்கின்றவர்களை எண்ணிப் பார்க்கிறார்கள் என்று ஆறுதல் அடைகிறோம். அண்மையில் கூட, தமிழ்நாடு அரசு எட்டு மணிநேர வேலையை, பன்னிரண்டு மணிநேரம் வேலை என்று ஒரு சட்ட மசோதாவை நிறைவேற்றியது. எல்லோரும் அதிர்ந்து போனோம். நம் எதிர்ப்பை உடனடியாக வெளிப் படுத்தினோம். நல்வாய்ப்பாக நம் முதல்வர் தொழிற்சங்கத் தலைவர்களை எல்லாம் அழைத்துப் பேசினார். நிறைவேற்றப்பட்ட அந்த மசோதாவை ஆளுநருக்கு அனுப்பாமல் நிறுத்திவைக்கிறோம் என அறிவிப்புச் செய்தார். தோழமைக் கட்சிகளின் தலைவர்களும் அடுத்த நாள் நேரில் சென்று வலியுறுத்தினோம்.

மே 1 ஆம் நாள் உலகமே உழைப்பாளர் நாளை கொண்டாடிக் கொண்டிருந்த வேளையில், தமிழக முதல்வர் அவர்கள் அந்தச் சட்ட மசோதாவை திரும்பப் பெறுகிறோம் என அறிவித்தார். தமிழக அரசியலில் இதுதான் முதல்முறை எனக் கருதுகின்றேன். மசோதாவை நிறைவேற்றியதில் எவ்வளவு வலியைத் தந்ததோ அதைவிட மசோதாவைத் திரும்பப் பெற்றதில் கூடுதல் மகிழ்ச்சியைத் தந்தது. உழைப்பாளர்கள் ஒன்று சேர்ந்தால், ஒருங்கிணைந்து நின்றால், எதையும் சாதிக்க முடியும் என்பதற்கு அதுவொரு சான்றாக இருந்தது. அதிலும், முதல்வர் அவர்களும் உழைப்பவர்களை மதிக்கக்கூடிய உணர்வு கொண்ட வராக இருப்பதால் அது நிகழ்ந்தது. உழைப்பாளர்களுக்கு இந்த

நிகழ்வின் ஊடாக எமது வாழ்த்துகளை தெரிவித்துக் கொள்கிறேன்.

இந்த உலகம் உழைப்பாளர்களால் ஆனது; உழைக்கக்கூடிய மக்களால் ஆனது. இந்தப் பூவுலகம் உழைக்கக்கூடிய மக்களுக்கு உரியது. முதலில் இந்த உணர்வை நாம் பெற வேண்டும். நமக்கு ஓர் அன்னிய உணர்வு மேலோங்கிவுள்ளது. நமக்கும் இந்த நாட்டிற்கும் தொடர்பில்லை என்பதைப் போன்ற நிலை. உழைக்க பிறந்தவர்கள் நாம்; பாடுபட பிறந்தவர்கள் நாம்; வறுமையை சுமக்க பிறந்தவர்கள் நாம்; துன்பங்களை, இன்னல்களை ஏற்றுக் கொள்ளவதற்காகப் பிறந்தவர்கள் நாம் என்பதைப் போன்ற ஒரு பொது உளவியல் உழைக்கின்ற பாட்டாளி சமூகத்திடம் மேலோங்கியுள்ளது. நாம் மட்டும் ஏன் இப்படி உழைக்க வேண்டும் என்று ஒருபோதும் நாம் எண்ணியதில்லை. உழைப்பது நம் கடமை. உழைத்தால்தான் உண்ணமுடியும் என்கின்ற நிலைமை. தலைமுறைத் தலைமுறையாக இந்தச் சூழலே நகர்ந்து கொண்டிருக்கின்றது. மார்க்ஸ் போன்ற மாமேதைகள் இம்மண்ணில் தோன்றிய பிறகுதான் உலகின் பார்வை உழைக்கின்றவர்களின் பக்கம் திரும்பியது. உழைப்பின் அருமை உரையாடலுக்கு உட்படுத்தப்பட்டது. உழைப்பின் விளைவே உலகம் என்று ஆளும் வர்கத்திற்கு உணர்த்தப்பட்டது. ஆளும் வர்க்கம் வேறு உழைக்கும் வர்க்கம் வேறு. உழைப்பவர்களே ஆள வேண்டும் என்பதுதான் மார்க்சியம். உழைப்பவர்களே ஆட்சி அதிகாரப் பீடத்தில் அமர வேண்டும் என்பதுதான் பாட்டாளி வர்க்க சிந்தனை. மாமேதை மார்க்ஸுக்கு முன்பு இப்படிச் சிந்தித்தவர்கள் உண்டு என்றாலும், மார்க்ஸ் அதை ஒரு கோட்பாடாக வரையறுத்தார். அதை ஒரு தத்துவமாக மக்களுக்கு வழங்கினார். அது ஒரு நெருப்பாக உலகம் முழுவதும் பரவியது. அந்த உணர்விலிருந்து உந்தியெழுந்த பாட்டாளி வர்க்கம் ஆங்காங்கே ஆளும் வர்க்கத்தை, முதலாளித்துவ வர்க்கத்தை, உழைக்காமல் உண்டு கொழுக்கும் கும்பலை எதிர்த்து போராடும் போர்க் குணத்தைப் பெற்றது. இது மார்க்சியத்தின் விளைச்சல். ஆளுவோரை எதிர்க்கவே முடியாது என்றிருந்த உளவியல் தகர்க்கப்பட்டது. எதிர்த்துப் போராட முடியும், போராடுவதற்கான உரிமை நமக்கு உண்டு

என்னும் உணர்வை தந்தது மார்க்சியம். அப்படிப்பட்ட அந்த உணர்விலிருந்து அமெரிக்க சிக்காக்கோ நகரத்தின் வீதிகளில் வெகுண்டெழுழந்த புரட்சிதான் பாட்டாளிகளின் எட்டுமணி நேர வேலையை உறுதி செய்யக்கூடிய ஒரு மகத்தான போராட்டமாக அமைந்தது இது மார்க்சியம் ஏற்படுத்திய தாக்கம். மார்க்சியமாக இருந்தாலும் இன்று இந்த மண்ணில் நாம் உரத்துப் பேசுகின்ற பெரியாரியமாக இருந்தாலும், புரட்சியாளர் அம்பேத்கரின் கோட்பாடுகளாக இருந்தாலும் இவை அனைத்திற்கும் அடிப்படை சனநாயகம். மார்க்சியத்தின் அடிப்படை எது? சனநாயகம். அம்பேத்கரியத்தின் அடிப்படை எது? சனநாயகம். பெரியாரியத்தின் அடிப்படை எது? சனநாயகம். அதனுடைய விளைவுகள் தலித் அரசியல், தலித் விடுதலை, பெண் விடுதலை, சமூகநீதி, கல்வி, வேலைவாய்ப்பு, இட ஒதுக்கீடு, சமத்துவம், சகோதரத்துவம் இவை அனைத்தும் சனநாயகம் என்ற நிலத்திலிருந்து விளைந்தது. சமூகநீதிக்கும் அடித்தளம் சனநாயகம்தான். சமத்துவத்திற்கும் அடித்தளம் சனநாயகம்தான். பெண்ணியத்திற்கும் அடித்தளம் சனநாயகம்தான். தலித் விடுதலைக்கும் அடித்தளம் சனநாயகம்தான். பாட்டாளி வர்க்க விடுதலைக்கு அடித்தளமும் சனநாயகம்தான். சாதி ஒழிப்பும் என்பது சனநாயகத்தின் வெளிப்பாடுதான். ஆணாதிக்க எதிர்ப்பு என்பதும் சனநாயகத்தின் வெளிப்பாடுதான். ஆக, அடிப்படையில் சனநாயகம் என்பதுதான் இவ்வளவு பெரிய மாற்றத்தை, இவ்வளவு பெரிய தாக்கத்தை இன்று உலக அரங்கில் நிகழ்த்தியிருக்கின்றது. அப்படியென்றால் சனநாயகம் என்றால் என்ன? இதை அறிந்து கொள்வதில்தான் நமது போராட்டம் உயிர்ப்போடு தீவிரமடையும். சனநாயகத்தைப் புரிந்து கொள்ளாத இடத்தில் உரிமைகளுக்கான போராட்டம் வெடிக்காது. சனநாயகத்தைப் புரிந்து கொள்ளாத இடத்தில் சமத்துவ போர்க்குரல் எழாது. சனநாயகத்தைப் புரிந்து கொள்ளாத இட த்தில் சமூகநீதி பற்றியோ, இடஒதுக்கீடு பற்றியோ புரிந்துக் கொள்ள முடியாது. உரையாடல் நிகழாது. ஆகவே நாம் சனநாயகத்தைப் புரிந்துக்கொள்ள வேண்டும்.

சனநாயகத்தைப் புரிந்துக்கொள்ள வேண்டுமென்றால், அதற்கு எதிரான இன்னொரு கோட்பாடு என்ன என்பதையும் நாம் புரிந்துக்கொள்ள வேண்டும். பொய்க்கு எதிரானது உண்மை.

உண்மைக்கு எதிரானது பொய். இருளுக்கு எதிரானது வெளிச்சம். வெளிச்சத்திற்கு எதிரானது இருள். கீழ் என்பதற்கு எதிரானது மேல். மேல் என்பதற்கு எதிரானது கீழ். குட்டைக்கு எதிரானது நெட்டை. நெட்டைக்கு எதிரானது குட்டை. இப்படிச் சொல்லிக்கொண்டே போகலாம், அதுபோல சனநாயகத்திற்கு எதிரானது பாசிசம். பாசிசத்திற்கு எதிரானது சனநாயகம்.

சனநாயகம் என்ன என்பதைத் தெரிந்துக்கொள்ள, பாசிசம் என்றால் என்ன என்பதைத் தெரிந்துக்கொள்ள வேண்டும். பாசிசம் என்றால் என்ன என்பதைத் தெரிந்துக்கொள்ள, சனநாயகம் என்ன என்பதைத் தெரிந்துக்கொள்ள வேண்டும். இந்த இரண்டும் எதிரெதிரான கோட்பாடுகள்தான். அந்த எதிர்மறை பொருளிலிருந்துதான் நாம் இரண்டையும் முழுமையாகப் புரிந்துக்கொள்ள முடியும். பொதுவாக பாசிசம் என்று சொல்லிவிட்டுப் போகின்றோம். பாசிசம் என முழங்கிவிட்டுப் போகின்றோம் என்கின்ற நிலை இருக்கக் கூடாது.

நாம் மேடையில் சனநாயகம் என்று பேசுகின்றோம் என்றால், சனநாயகத்தின் உள்ளீடு என்ன என்பதை நாம் முழுமையாக புரிந்து கொள்ள வேண்டும். சனம் என்றால் மக்கள். நாயகம் என்றால் முதன்மைபடுத்துவது ,தலைமை தாங்குவது, வழிநடத்துவது, மக்களை முன்னிறுத்துவது, மக்களை முதன்மைப் படுத்துவது. அந்தக் கோட்பாட்டிற்குப் பெயர் சனநாயகம். நாயகன் என்றால் தலைவன் என்று பொருள். நாயகம் என்றால் தலைமைத்துவம், முதன்மைத்துவம் என்று பொருள். இவ்வளவு காலம் தனிநபர்களை முன்னிறுத்தி அரசும் ஆட்சி நிருவாகமும் இருந்தது. குடியரசு உருவாவதற்கு முன்பு, மக்களாட்சி மலர்வதற்கு முன்பு மன்னர்களின் ஆட்சி இருந்தது. அதுதான் முடியரசு. அது தனிநபர்களையும் அவர் சார்ந்த குடும்பங்களையும் சார்ந்து சட்டம் இயற்றப்பட்டது. ஆட்சி நிருவாகம் இருந்தது. ஆனால் மக்கள் முன்னிறுத்தப்படவில்லை. ஆளும் வர்க்கத்தின் நலனை அடிப்படையாகக் கொண்டு ஆட்சி நிருவாகம் பலநூறு தலைமுறைகளாக இம்மண்ணில் நிலைத்திருந்தன. உழைக்கின்ற மக்களை முன்னிறுத்தி அல்ல, மக்களின் தேவைகளை முன்னிறுத்தி அல்ல, ஆளுவோரை முன்னிறுத்தி அரசு இயங்கின; சட்டங்களும்

நிறைவேற்றப்பட்டன; ஆளுவோரின் நலன்களை முன்னிறுத்தி உற்பத்தி உருவாக்கப்பட்டன. அப்போதிருந்த அது முடிநாயகம். குடிநாயகம் அல்ல. அது மன்னர் நாயகம்; சனநாயகம் அல்ல.

சனநாயகம் என்பது மக்களை முன்னிறுத்தி சிந்திப்பதும் அதனடிப்படையில் கொள்கைக் கோட்பாடுகளை வரையறுப்பதும், செயல் திட்டங்களை தீட்டுவதும் இன்றியமையாதது என்பதை உணர்த்தக்கூடிய கோட்பாடுதான் சனநாயகக் கோட்பாடு. DEMOCRACY என்று ஆங்கிலத்தில் சொல்கிறார்கள். 'DEMOCRACY' என்ற வார்த்தை கிரேக்க வார்த்தையான 'டெமோஸ்' என்பதிலிருந்து உருவானது. இது மக்களால் கட்டமைக்கப்பட்ட மற்றும் மக்களுக்காக வேலை செய்யும் ஒரு வகை அரசாங்கம். DEMO என்றால் மக்கள், DEMOCRACY என்றால் மக்கள் நாயகம்.

மக்கள் நலன்களை முன்னிறுத்துவது என்றால் மக்களின் வாழ்வாதாரத்தைப் பாதுகாப்பது. மக்களின் உரிமைகளை பாதுகாப்பதென்பது மக்களுடைய உணர்வுகளைப் பாதுகாப்பது. மக்களுடைய விருப்பத்தை மதிப்பது. மக்களே தங்களுக்கான கொள்கை கோட்பாடுகளை வரையறுத்துக் கொள்ளக் கூடிய அதிகாரத்தை மக்களிடம் ஒப்படைப்பது. உரிமைகளை மட்டுமல்ல அதிகாரத்தையும் ஒப்படைப்பது. வாக்களிப்பது உரிமையோடு நின்று விடுதல்ல அது அதிகாரத்துடன் தொடர்புடையது. அதிகாரத்தைத் தீர்மானிக்கக்கூடிய உரிமை என்பதால் வாக்களித்தல் கூட ஒரு அதிகாரம்தான். ஆம், அது அதிகாரத்தின் ஒரு நுண்ணிய அளவு. உரிமையும் அதிகாரமும் தனித்தனியானவை அல்ல. அதிகாரம் வேண்டும் என்ற இடத்தில்தான் உரிமை முளைக்கும். உரிமை தோன்றுகின்ற இடத்தில்தான் அதிகாரம் விளையும்.

மக்கள், உரிமை மறுக்கப்பட்டவர்களாக இருந்தார்கள். அதனால், அதிகாரம் மறுக்கப்பட்டவர்களாக இருந்தார்கள். அவர்களின் உணர்வுகள் மதிக்கப்பட்டதில்லை. அவர்களின் கேள்விகளுக்கு விடை சொன்னதில்லை. உலகில் சனநாயகம் என்னும் கோட்பாடு பிறந்த பிறகுதான் இவ்வளவு பெரிய மாற்றம்.

சனநாயகத்தின் ஒரு விளைச்சல்தான் மார்க்சியம். அதிலிருந்து தோன்றிய சிந்தனைக் கோர்வை அல்லது சிந்தனைத் தொகுப்பு என்பதுதான் மார்க்சியம். உழைப்புச் சுரண்டலில் ஒருவன் பன்னிரண்டு மணிநேரம் உழைத்தாலும் 'அவன் விதி' எனச் சொல்லி செல்லும் உலகம் இது. எனக்குத் தெரிந்து, நான் பத்து வயது சிறுவனாக இருந்த காலத்தில் கூட எங்கள் கிராமத்தில் என்னுடைய பெற்றோர் ஓரிரு குடும்பங்களுக்கு வேலை செய்வார்கள். அதிகாலை சென்று வேலைக்குச் சென்று இரவு எட்டு மணிக்கு மேல்தான் வீடு வந்து சேருவார்கள். இத்தனை மணிநேரம் உழைப்பு எனும் கணக்கு கிடையாது. ஒவ்வொரு நாளும் அந்த உழைப்புக்கு உற்ற கூலி தந்தது கிடையாது. எனக்குத் தெரிந்து என் தலைமுறையில் கூட அறுவடை செய்யும் காலத்தில், களத்தில் தானியத்தை அடித்து, பதர் நீக்கி, நல்ல தானியத்தை மூட்டைக் கட்டி போடுகின்ற களத்தில் இவர்களுக்கு வருடத்தில் ஒரு முறை பன்னிரண்டு வல்லம் தானியம் என்று கொடுப்பார்கள். இடையிலே ஒருநாள் கூட சம்பளம் கிடையாது. என்னுடைய அப்பாவும் அம்மாவும் அப்படித்தான் வேலை செய்தார்கள். அவ்வபோது பழைய சோறு கொடுப்பார்கள். அதற்கென்று கப்பி, கல், நொய்யரிசி போன்றவற்றை வைத்திருப்பார்கள். அதைச் சமைத்து உருண்டை பிடித்துருப்பார்கள். அது புளிச்ச தண்ணீரில் ஊறிக் கிடக்கும். தொட்டுக் கொள்ள வட்ட மிளகாய் தருவார்கள். ஆனால், உழைப்பு அளவிட முடியாத உழைப்பு. பெரும்பாலும் அப்பாவை வீட்டில் பார்க்க முடியாது. காலையில் சென்று இரவு நாங்கள் தூங்கிய பின்தான் வேலையை முடித்துவிட்டு வருவார். அவரைப் பார்க்க வேண்டும் என்றால் விழித்திருந்துதான் பார்க்கவேண்டும். அப்படி உழைத்த உழைப்புக்கு கூலி நிர்ணயம் கிடையாது. ஒரு நாளைக்கு இவ்வளவு நேரம் உழைத்தால் இவ்வளவு கூலி என்பது இந்தச் சில பத்தாண்டுகள் முன்பு வரை இல்லாமல் இருந்தது. இப்போதும் சில இடங்களில் கூலி கிடையாது. இந்த முறை குக்கிராமங்களில் இருக்கின்றன. கல் உடைக்கும், செங்கல் அறுக்கும் இடங்களில் முறையான கூலி கிடையாது. இம்முறை முற்றிலும் ஒழிந்துவிட்டது என்று சொல்லமுடியாது.

மருத்துவமனையில் அப்பா இருந்த போது, அவரை நான் தொட்டுத் தடவி பார்த்த நேரத்தில் அவருடைய உச்சந்தலையில் கொஞ்சம் சொட்டை விழுந்திருந்தது. அதைப் பார்த்ததும் பழைய நினைவுகள் எனக்கு வந்து கலங்கிப் போனேன். கண்ணீர் அப்படியே தாரைத் தாரையாக கொட்டியது. ஏனென்றால், சாணிசட்டியைத் தலையில் சுமந்து சுமந்து அந்த இடத்தில் மட்டும் சொட்டை விழுந்தது. நான் கண்களால் பார்த்துள்ளேன். அந்த உழைப்புக்கு எந்த மதிப்பும் இல்லை. இந்தச் சமூகத்தில் கூலி நிர்ணயம் இல்லை. இதுதான் இந்தியா முழுதும் உலகம் முழுவதும் இருந்த நிலை.

இவற்றையெல்லாம் அடியோடு புரட்டிப் போடக்கூடிய வகையிலே தோற்றிய ஒரு கோட்பாடுதான் சனநாயகம் என்ற கோட்பாடு. சனநாயகம்தான் மார்க்சியம், இலெனினியம் என்று விரிவடைந்தது. அதுதான் இந்தியாவில் அம்பேத்கரியம், பெரியாரியமாகவும் இன்றைக்கு அறியப்படுகின்றது.சாதி ஒழிப்பு என்று சொன்னாலும் அது சனநாயகம்தான். பெண் விடுதலை என்று சொன்னாலும் அது சனநாயகம்தான். பாட்டாளி வர்க்க விடுதலை என்று சொன்னாலும் அது சனநாயகம்தான். மொழி, இன உரிமைப் பாதுகாப்பு, தமிழ்த்தேசியம் என்று சொன்னாலும் அது சனநாயகம்தான். இவற்றையெல்லாம் மறுத்தால் அதன் பெயர் பாசிசம்.

நீ உரிமைக் கோரக்கூடாது. கருத்து சொல்லக் கூடாது. எதிர்த்துப் பேசக் கூடாது. உணர்வை வெளிப்படுத்தக் கூடாது. மறுப்பு, கண்டனம் போன்றவற்றைச் சொல்லக்கூடாது. இவற்றையெல்லாம் தடுத்தால், மறுத்தால், ஒடுக்கினால், அதற்கு இன்னொரு பெயர் பாசிசம். உரிமை மறுப்பு, அதிகாரம் மறுப்பு, கல்வி மறுப்பு, வேலைவாய்ப்பு மறுப்பு, கருத்துச் சொல்ல மறுப்பு, வாக்குரிமை பறிப்பு, சுதந்திரம் மறுப்பு இதெல்லாம்தான் பாசிசம்.

ஆகஸ்ட் பதிமைந்துதான் சுதந்திர நாள் என்று, அந்த ஒரு நாளில் மட்டும் சுதந்திரத்தைப் பற்றி சிந்திக்க கூடாது. சுதந்திரம் என்பது அன்றாட வாழ்வில் ஒவ்வொரு மனிதனும் ஒவ்வொரு நொடியிலும் யாருடைய கட்டுப்பாட்டிலிலும், மேலாதிக்கமும், ஒடுக்குமுறையும் இல்லாமல் வாழ்வதற்கான உரிமை.

என் விருப்பப்படி நான் உடை உடுத்திக்கொள்வேன், அது சுதந்திரம். நான் விரும்பியதை உண்ணுவேன், அது சுதந்திரம். நான் விரும்பிய வீட்டைக் கட்டிக் கொள்வேன், காரை வாங்கிக் கொள்வேன், நான் விரும்புகின்ற தொழிலைச் செய்வேன், நான் விரும்பியதைப் படிப்பேன், நான் நினைத்ததைச் சொல்ல அனுமதி வேண்டும்; உரிமைவேண்டும்; அது சுதந்திரம். எதிர்த்துப் பேச, விமர்சிக்க எனக்கு உரிமை வேண்டும், அது சுதந்திரம். நான் சிந்திப்பதற்கும் அதை வெளிப்படுத்துவதற்கும், விரும்புவதற்கும் விரும்பியதை செயல்படுத்துவதற்கும், சாதிவிட்டு சாதி திருமணம் செய்து கொள்வதற்கும், ஒரு மதத்தை விட்டு இன்னொரு மதத்தை ஏற்றுக் கொள்வதற்கும், ஒரு கலச்சாரம் தேவையில்லை இன்னொரு கலச்சாரத்தை மதிப்பதற்கும், இந்தக் கடவுளை விட்டு இன்னொரு கடவுளை வழிப்பட விரும்புதற்கும் ஒவ்வொரு மனிதர்க்கும் உள்ள சுதந்திரம்.

சுதந்திரம் என்பது சனநாயகம். ஆக, சனநாயகம் இருக்கின்ற இடத்தில்தான் சுதந்திரம் இருக்க முடியும். சுதந்திரம் இருக்கின்ற இடத்தில்தான் சனநாயகம் இருக்க முடியும். சனநாயகம் இருக்கின்ற இடத்தில்தான் சகோதரத்துவம் இருக்க முடியும். "நீ யாரு, எந்தச் சாதி, எந்த ஊர், எந்தத் தெரு? என்னை அண்ணனு சொல்லுற!" இப்படித்தான் சாதி இந்துவின் மனநிலை உள்ளது. அண்ணன் தம்பி என்னும் உறவாடல் கூட இங்கே இல்லை. சாதியம் ஒரு இறுக்கமான சமூகக் கட்டமைப்பை உருவாக்கியுள்ளது. அதுதான் பாசிசம். அண்ணன் தம்பியாக உறவாட முடியாத இறுக்கத்தின் நிலை பாசிசத்தின் விளைச்சல். சகோதரத்துவம் என்பது சனநாயகத்தின் விளைச்சல். சுதந்திர இல்லாத இடத்தில் சகோதரத்தும் இருக்காது. சகோதரத்துவம் இல்லாத இடத்தில் சமத்துவம் இருக்காது. சமத்துவம் என்பது சனநாயகத்தின் பிரசவம். எனவே பாசிசத்தை நாம் முறியடிப்போம் என்று சொன்னால் சனநாயகத்தை பாதுகாப்போம் என்று பொருள். சனநாயகம் என்பது உலகம் முழுதும் கையாளக் கூடிய ஒரு சொல்லாடல். பாசிசம் என்பதும் உலகம் முழுவதும் உழைக்கின்ற மக்கள் எதிர்க்கின்ற ஒரு மொழி. அது இந்தியாவின் சமூகக் கட்டமைப்பில் எவ்வாறு இருக்கின்றது என்பதைப் புரிந்துக்கொள்வது முக்கியமானது.

சனாதனத்தை வேரறுப்போம்!- புரட்சிகர
சனநாயகத்தை வென்றெடுப்போம்!

- தலைவர் தொல். திருமாவளவன்

இந்தியாவின் சமூகக் கட்டமைப்பில் பாசிசம் எவ்வாறு இருக்கின்றது என்பதைப் புரிந்துக்கொள்ள வேண்டுமெனால், உனக்கு அம்பேத்கரியம் தெரிந்திருக்க வேண்டும்; பெரியாரியம் தெரிந்திருக்க வேண்டும். அம்பேத்கரைப் படிக்காமல், பெரியாரைப் படிக்காமல் இந்திய மண்ணில் பாசிசம் எப்படி இருக்கின்றது என்பதைப் புரிந்துக் கொள்ள முடியாது. அம்பேத்கரும் பெரியாரும் இந்த மண்ணில் பாசிசம் என்று எதை அடையாளம் படுத்தினார்கள் என்றால், அதுதான் *"சனாதனம்"*.

இந்தியாவில் பாசிசம் எந்த பெயரில் இருக்கின்றது என்றால் அதுதான் பார்பனியம். அந்த சனாதனத்தை எளிய மக்களுக்கு, உழைக்கின்ற மக்களுக்கு எப்படி அடையாளப்படுத்துவது எனச் சிந்தித்த மாமனிதர்கள் மகாத்மா ஜோதிராவ் புலே, புரட்சியாளர் அம்பேத்கர், தந்தை பெரியார் போன்றவர்கள். அந்த சனாதனத்தை எளிய மக்களுக்கு உணர்த்துவதற்காக கையாண்ட சொல்தான் *"பார்பனியம்"*. சனாதனம் என்றால் அருவமாக இருக்கின்றது. எப்படிப் புரிந்து கொள்வதென தெரியவில்லை. அதற்குக் கண்கண்ட சாட்சியமாக பார்பனியம் என்று சொன்னார்கள். அப்படியென்றால் பார்பனர்களின் கோட்பாடு என்று பொருள்.

அம்பேத்கரியம் என்றால், அம்பேத்கரின் கருத்துகள்-கோட்பாடுகள், பெரியாரியம் என்றால், பெரியாரின் கருத்துக்கள்-கோட்பாடுகள், மார்க்சியம் என்றால், மார்க்சின் கருத்துக்கள்-கோட்பாடுகள். அவ்வாறே பார்பனியம் என்றால் பார்பனர்களின் கருத்துக்கள், சிந்தனைகள், கோட்பாடுகள். பார்பனர்கள் யாரும் அதை பார்பனியம் என உரிமை கோரவில்லை. மாறாக, அதை பார்பனியம் என அடையாளம் படுத்தியவர்கள் சனாதன எதிர்பாளர்கள், சமத்துவ சிந்தனையாளர்கள், சனநாயகச் சிந்தனையாளர்கள். அம்பேத்கருக்கும் பெரியாருக்கும் முன்னர் தோன்றிய மாமனிதர்கள் மகாத்மா ஜோதிராவ் புலே போன்றவர்கள். ஏன் பார்பனியம் என்று சொல்லவேண்டும்? ஒரு சாதியின் அடிப்படையில் ஒரு கோட்பாட்டை ஏன் சொல்ல வேண்டும்?. சனநாயகம் என்பதில் எந்த இனத்தின், சாதியின் அடையாளமோ இல்லை. அந்தச் சொல்லைக் கண்டறிந்த

அல்லது கோட்பாட்டைக் கண்டறிந்த எவருடைய பெயரும் அதில் இல்லை. சனநாயகத்திற்கு நபர் அடையாளமோ ,இன அடையாளமோ, தேச அடையாளமோ, மொழி அடையாளமோ இல்லை. மார்க்சியம், பெரியாரியம் என்பதில் ஒரு நபர் அடையாளம் உள்ளது. சனநாயகம் என்பதில் நபர் அடையாளம் இல்லை. பார்பனியம் என்பதில் ஒரு சமூகத்தின் அடையாளம் உள்ளது.ஒரு சமூகத்திற்கே ஒட்டுமொத்தமாக ஒரு கோட்பாட்டை அடையாளப் படுத்தக்கூடிய ஒரு சூழல். சனாதனம் நூற்றுக்கு நூறு விழுக்காடு பார்பனர்களின் நலன்களை முன்னிறுத்தக்கூடியது. பார்பனர்களுக்காகவே வரையறுக்கப்பட்டது.பார்பனர்கள் பாதுகாப்பை உறுதிப்படுத்தக்கூடியது; பார்பனர்களின் வாழ்வாதாரத்தை உறுதிப்படுத்தக்கூடியது. ஆகவேதான் அம்பேத்கரும் பெரியாரும் அந்தக் கோட்பாடு சனநாயத்திற்கு எதிரான பாசிசமாக இந்த மண்ணில் நிலைக் கொண்டிருக்கின்ற கோட்பாடு என்று சொன்னார்கள். சனாதனம் என்கின்ற பார்பனியம் வெறும் பார்பனர்களுடன் முடிந்துவிடுகின்றாதா என்றால் புத்திசாலித்தனமாக அதை விரிவாக்கம் செய்துள்ளார்கள் இன்றைய சங்பரிவார்கள். அதுதான் ஹிந்துத்துவா.

பார்பனியம் என்றால் பார்பனர்களை தனிமைப்படுத்துகிறது. பார்பனியத்தை எதிர்போம் என்றால் பார்பனர்களை எதிர்கிறோம் என்றாகிறது. பார்பனியத்தை அழுத்தொழிப்போம் என்றால் பார்பனர்களின் சுரண்டலை, ஆதிக்கத்தை, கொட்டத்தை அழித்தொழிப்போம் என்றாகின்றது. பார்பனர்களின் நலன்களுக்கு பாதுகாப்பற்ற நிலை உருவாகிறது. ஆகவேதான் மிகவும் புத்திசாலித்தனமாக "ஹிந்துத்துவா என்ற பெயரில் விரிவாக்கம் செய்திருக்கின்றார்கள். நீயும் இந்து நானும் இந்து என்று பார்பனர் அல்லாத அனைவரையும் தன்னோடு இணைத்துக்கொண்டு அந்தப் போர்வைக்குள்ளே பதுங்கிக்கொள்கின்ற முயற்சியின் வெளிப்பாடுதான் ஹிந்துத்துவா.

சனாதனம் பாசிசம் என்றால் ஹிந்துத்துவாவும் பாசிசம்தான். அந்த ஹிந்துத்துவாவுக்குள்ளே எல்லோரும் இந்துக்கள் என்று சொன்னாலும், அதிலும் ஆதிக்கம் செலுத்துகின்ற இந்துக்கள் இருக்கிறார்கள். உழைக்கின்ற இந்துக்கள் அதிலே உரிமைக் கோரமுடியாது, அதிகாரத்தை நுகரமுடியாது, வாழ்வாதாரத்தை

பெருக்கிக்கொள்ள முடியாது. சூத்திர இந்துக்களோ அல்லது வர்ணத்துக்கு உட்படாத அவர்ண மக்களை பஞ்சமர்கள் என்கின்றார்கள். அவர்களோ இந்துக்கள் என்ற போர்வையில் ஒருங்கிணைக்கப்பட்டாலும் ஆதிக்கம் செலுத்தக்கூடிய கொள்கைக் கோட்பாட்டை வரையறுக்கக்கூடியவர்களாக, ஒடுக்குமுறை செய்யக்கூடியவர்களாக, சுரண்டலைத் தக்கவைத்துக் கொள்ளக் கூடியவர்களாக இந்த இந்திய மண்ணில் பார்பனர்களும் பனியாக்களும் இருக்கின்றார்கள்.

பனியாக்கள் பார்ப்பனர்கள் அல்லர். ஆனால், அவர்கள் ஆதிக்கம் செலுத்தக் கூடிய இந்துக்களாக வளர்ச்சியடைந்துள்ளார்கள். அரசின் கொள்கையைத் தீர்மானிக்கூடிய இடத்தில் இருக்கின்றார்கள். ஆட்சியைக் கைப்பற்றக்கூடிய வலிமைப் பெற்றவர்களாக இருக்கின்றார்கள். அதிகாரத்தை தொடர்ந்து தக்க வைத்துக் கொள்ளகூடியவர்களாக இருக்கின்றார்கள். எனவே, பார்ப்பன, பனியா சமூகங்களைச் சார்ந்தவர்கள் பாசிசத்தின் ஒரு வடிவமாக இருக்கின்றார்கள். பார்ப்பனியத்தின் வடிவமாக, சனாதனத்தின் வடிவமாக இருக்கின்றார்கள். எல்லோரும் இந்துக்கள் என்றால், இந்துக்களாக இருக்கின்ற தலித்துக்கள் பார்ப்பனர்களைப் போல அதிகாரம் செலுத்தமுடியுமா? எல்லா இடத்திலும் உள்ளே போய் வருவதற்கு அனுமதி உண்டா? எல்லோரும் இந்துக்கள் என்றால், சரிபாதியாக மக்கள் தொகையைக் கொண்ட பெண்கள் ஆண்களுக்குச் சமமாக உரிமைப் பெற்றுவிட முடியுமா?

சமத்துவமின்மைதான் இங்கே பார்ப்பனியமாக இருக்கின்றது. சமத்துவமின்மைதான் இங்கே சனாதனமாக இருக்கின்றது. சமத்துவமின்மைதான் இங்கே பாசிசமாகவும் இருக்கின்றது. ஆணும் பெண்ணும் சமமில்லை. அதுதான் இந்து மதம்; அது தான் வர்ணாஸ்ரம மனுதர்மம். ஆண்களாக இருந்தாலும் எல்லாச் சாதிகளும் சமமில்லை, அதுதான் வர்ணாஸ்ரம தர்மம். அதுதான் மனுதர்மம். அதுதான் சனாதன தர்மம். பிறப்பின் அடிப்படையில் உயர்வுதாழ்வு உண்டு அது தான் சனாதனம். இவைதானே சமூகமாக இருக்கின்றது? அப்படியென்றால் சமூகத்தின் எல்லா அணுக்களிலும் மனுதர்மம் இருக்கின்றது என்று பொருள். மனுஸ்மிருதி எங்கே இருக்கின்றது என கேட்கின்றார்கள்? எங்கெல்லாம் சமத்துவமில்லையோ

அங்கெல்லாம் மனுஸ்மிருதி இருக்கின்றது. எங்கெல்லாம் உயர்வு தாழ்வு இருக்கின்றதோ அங்கெல்லாம் மனுஸ்மிருதி இருக்கின்றது எங்கெல்லாம் தீட்டுக் கொள்கை இருக்கின்றதோ அங்கெல்லாம் மனுஸ்மிருதி இருக்கின்றது.

தீட்டு என்பது எஸ்சி/எஸ்டி மக்களுக்கு மட்டுமே உரியது என்று சிலர் அறியாமையில் உளறுகிறார்கள். சத்ரியன் கூட, மன்னாதி மன்னனாக இருந்தாலும், மாபெரும் சக்கரவர்த்தியாக இருந்தாலும் அவன் கோவிலின் கருவறைக்குள்ளே நுழையமுடியாது என்பதும் தீட்டுதான். அதுவும் தீண்டாமைதான். "நான் சத்திரியன், பாண்டிய மன்னன் வந்திருக்கின்றேன் என்று சொன்னால் மீனாட்சி அம்மன் கோவில் கருவறைக்குள் நுழைய முடியுமா? முடியாது! நான் பாண்டிய மன்னனின் ராணி வந்திருக்கின்றேன் என்று சொன்னால் மீனாட்சி அம்மா உள்ளே அழைத்துக்கொள்வாளா? வாளும் வேலும் ஏந்தக்கூடிய வல்லமைப் பெற்றவனாக இருந்தாலும் பல சாம்ராஜ்ஜியங்களை கட்டியாளக்கூடிய மாபெரும் சக்கரவர்த்தியாக இருந்தாலும் கோவிலின் கருவறைக்குள்ளே நுழையமுடியாது. நுழையக்கூடாது என்கின்ற இடத்தில் தீண்டாமை இருக்கின்றது. மனுஸ்மிருதி இருக்கின்றது.

எந்தச் சாதியும் இன்னொரு சாதியை திருமணம் செய்து கொள்ள முடியாது என்கின்ற இடத்தில் மனுதர்மம் இருக்கின்றது; தீண்டாமை இருக்கின்றது. வன்னியர் செட்டியார்களை திருமணம் செய்து கொள்ள மாட்டார்கள். செட்டியார் முதலியார்களை திருமணம் செய்து கொள்ள மாட்டார்கள். முதலியார் முக்குலத்தோரை திருமணம் செய்யமாட்டார்கள். அதேபோல் நாடார்களை ,நாயுடுகளை திருமணம் செய்து கொள்ள மாட்டார்கள். சாதிக்குள் சாதி திருமணம் செய்து கொள்ள வேண்டும் என்கிற இடத்தில் தீண்டாமையிருக்கிறது. மனுஸ்மிருதி இருக்கின்றது.

பார்ப்பனர்களுக்குள்ளேயே தீண்டாமை இருக்கின்றது. எல்லா பார்ப்பனர்களும் பிற பார்ப்பனர் வீட்டிற்குள்ள நுழைந்துவிட முடியாது. நம்பூதிரிகளின் வீட்டிற்குள்ளே தமிழ்நாட்டு அய்யர், அய்யங்கார் நுழையமுடியாது. திருமணம் பந்தம் வைத்துக்கொள்ள முடியாது. இந்தியாவில் நூற்றுக்கணக்கான

பார்ப்பன சாதிகள் இருக்கின்றன. பார்ப்பனர் என்பது வர்ணம்; அது சாதியல்ல. தமிழ்நாட்டில்தான் பார்ப்பனர் என்று சொன்னால் புரியும். பிராமணர் என்பது இந்தியா முழுவதும் புரிந்து கொள்ளக்கூடிய பொதுச்சொல். பிராமணர் என்பது ஒரு வர்ணத்தின் பெயர். அதற்குள்ளே நூற்றுக்கணக்கான சாதிகள் உண்டு. அந்தச் சாதிகளுக்கிடையில் சமத்துவம் இல்லை. பார்ப்பனர் ஆணுக்கும் பார்ப்பன பெண்ணுக்கும் சமத்துவம் இல்லை. பார்ப்பன ஆண் மேலானவர், பார்ப்பன பெண் கீழானவர். இந்தச் சமத்துவம் இல்லாத தத்துவம்தான் சனாதனம். இவர்களே இன்றைக்கு ஹிந்துத்துவா என்று கொள்கையை விரிவாக்கம் செய்துள்ளார்கள். ஹிந்துயிசம் என்பது வேறு ஹிந்துத்துவா என்பது வேறு. ஹிந்துயிசம் என்பது கடவுள் நம்பிக்கையுடன் தொடர்புடையது. சிவன் உண்டு என்று நம்புவது ஹிந்துயிசம். சிவனை வைத்து அரசியல் செய்வது ஹிந்துத்துவா. மஹா விஷ்ணுவை நம்புவது ஹிந்துயிசம். ராமர் பெயரை வைத்து அரசியல் செய்வது ஹிந்துத்துவா. திருவிளையாடல்களை ,தசாவதவத்தை நம்புவது ஹிந்துயிசம். ஆனால், இந்து என்ற பெயரால் பண்டிகைகளை நடத்தி பிற சமூகங்களுக்கு எதிராக வெறுப்பை விதைப்பது ஹிந்துத்துவா. ஹிந்துயிசம் வெறுப்பை விதைக்கவில்லை. ஹிந்துத்துவா வெறுப்பை விதைக்கின்றது.

"அவன் முஸ்லீம், மதமாற்றம் செய்கின்றான். அவனை மதமாற்ற அனுமதிக்காதே. குரானை பிடிங்கி கொளுத்து" எனச் சொல்வது ஹிந்துத்துவா. எந்த சிவபெருமானும் நீ போய் மசூதியை இடித்துத் தள்ளு என்று சொல்லவில்லை. ராமன் கனவில் வந்து சொன்னாரா? நான் இங்கேதான் பிறந்தேன். இங்கே பாபர், மசூதி கட்டிவிட்டார். இந்துக்களே நீங்கள் என்ன செய்து கொண்டிருக்கின்றீர்கள்? அந்த மசூதியை இடித்து தரைமட்டமாக்குங்கள்! அந்த இடத்தில் எனக்கு கோயில் கட்டியெழுப்புங்கள் " என்று ராமர் யாருடைய கனவிலாவது வந்து சொன்னாரா? ஆனால் அதைச்செய்வது ஹிந்துத்துவா.

ராமர் பிறந்தாரென்று நம்புவது ஹிந்துயிசம் அது சாதாரண எளிய மக்களின் நம்பிக்கை. அல்லாவின் மீது முஸ்லீம் மக்களுக்கு நம்பிக்கை இருப்பது போல, இயேசு கிறிஸ்து

மீது கிறிஸ்தவர்களுக்கு நம்பிக்கை இருப்பது போல, சிவன் ,பிரம்மா, மஹா விஷ்ணு, துர்கை ஆகியோரின் மீது இந்து சமூகத்திற்கு நம்பிக்கை இருப்பது ஆன்மீகம் தொடர்பானது. இந்த நம்பிக்கையை தங்களுக்கு சாதகமாகப் பயன்படுத்திக்கொண்டு இந்த மக்களின் உணர்வுகளை Exploit செய்வது சுரண்டுவது ஹிந்துத்துவா. சுரண்டுவது உழைப்பைத் திருடுவது மட்டுமல்ல. கருத்தியல் அடிப்படையில் ஏய்ப்பதும் சுரண்டல்தான். ஏமாற்றுவதும் ஒரு சுரண்டல்தான். மதம் சார்ந்த மக்கள் வாழலாம். ஆனால், மதம் சார்ந்த அரசு கூடாது. அதைத்தான் இந்திய அரசியலமைப்புச் சட்டம் சொல்கின்றது. ஒவ்வொரு மனிதனும் எந்த மதத்தையாவது சார்ந்திருக்கலாம், தழுவலாம். எந்த கடவுளையாவது ஏற்றுக் கொள்ளலாம் அது மனிதர்களுக்குள்ள சுதந்திரம்." *Liberty on each every Individual*". "அரசு மதம் சார்ந்து இருக்கக் கூடாது. அதுதான் மிகவும் முக்கியத்துவமான கருத்து. இந்தியாவின் சிறப்பும் அதுதான்.

உலகின் எல்லா நாடுகளும் மதம் சார்ந்த அரசாக இருக்கின்றன. அங்கேயெல்லாம் மதம் அரசமதமாக அறிவிக்கப்பட்டுள்ளது உண்மைதான். ஆனால், இந்தியாவில் உள்ளதை போன்ற சமூகச் சிக்கல்கள் எந்த நாட்டிலும் இல்லை. இங்கே பல மதம் ,பல கடவுள், பல மொழி, பல இனம் அதனடிப்படையில் பல கலாச்சாரம் என்ற பன்மைத்துவம் (*Pluralism*) இருக்கின்றது.

"பெரும்பான்மை மதம் எனச் சொல்லப்படுகின்ற இந்துமதம் உயர்வு தாழ்வை ஆன்மாவாகக் கொண்டுள்ளது". பிறப்பின் அடிப்படையில் உயர்வுதாழ்வை அது உயிர்ப்பொருளாகக் கொண்டுள்ளது. சமத்துவத்தை ஏற்பதில்லை. உலகத்தில் எந்த மதமும் சமத்துவத்தை மறுப்பதில்லை. இயேசுவை பின்பற்றுபவர்கள் அண்ணன்-தம்பி, அக்காள்-தங்கை என உலகம் முழுவதும் உறவாடுகின்றார்கள். அல்லாவை வழிப்படக்கூடியவர்கள் யாராக இருந்தாலும் எந்த மதத்தைச் சார்ந்தவனாக இருந்தாலும் மனிதனாய்க் கட்டி ஆரத் தழுவுகிறார்கள்.

இந்து மதம் மட்டும்தான் விலகி நின்று நீ எந்தச் சாதி என்று ஆராய்ச்சி செய்யச் சொல்கின்றது. சாதி தெரியாமல் கைக் குலுக்குவது இல்லை. உறவாடுவதில்லை. உண்ணுவதில்லை.

என்ற அற்பமான வாழ்க்கைமுறை உலகத்தில் எந்த மண்ணிலும் கிடையாது. இது சனநாயகத்திற்கு எதிரானது.

தோழர்களே, மதம் சார்ந்த அரசியல்தான் ஹிந்துத்துவா அரசியல். இந்த அரசிற்கு மதம் வேண்டும் என்பதும், அரசே மதம் சார்ந்த அரசாக இருக்க வேண்டும் என்பதும், பெரும்பான்மையைச் சார்ந்தவர்கள் ஆளவேண்டும் சிறுபான்மையினர் ஆளப்படவேண்டும், ஒடுங்கிக் கிடக்க வேண்டும், உரிமைக் கோரக் கூடாது. இவையெல்லாம்தான் ஹிந்துத்துவா. இதற்காக கையாளக்கூடிய அரசியல்தான் ஹிந்துத்துவா. அவன் கிறிஸ்தவன் பைபிளை கொளுத்து; தேவாலயத்தை அடித்து நொறுக்கு; மசூதியை உடைத்து நொறுக்கு. இவையெல்லாம்தான் வெறுப்பரசியல். சனநாயகத்தில் வெறுப்பரசியல் கிடையாது. பாசிசத்தில் வெறுப்பரசியல் உண்டு. வாக்கு வங்கிக்காக அனைவரும் இந்துக்கள் என்று முழங்குகிறது. ஆனால் உயர்வுதாழ்வை அப்படியே கட்டிக் காப்பற்றுகிறது. ஒட்டுமொத்த இந்தியர்களையும் இந்துக்கள், இந்துக்கள் அல்லாதவர்கள் என்று பிளவுப்படுத்துகிறது. ஒட்டுமொத்த இந்துக்களை மேல்சாதி- கீழ்சாதியென்று பிளவுப்படுத்துகிறது. எஸ்சி/எஸ்டி என்று கூட ஒன்றாகிவிடக்கூடாது. ஒபிசி என்று ஒன்றாகிவிடக்கூடாது. நீ வேற சாதி உனக்கொரு பாரம்பரியம் இருக்கிறது. அவனுக்கு வேற பாரம்பரியம் இருக்கிறது. நீ ஆண்ட சாதியா? ஆண்ட சாதியென சொல்லிக்கொள்! உனக்கு எல்லா ஆதரவையும் நான் தருகின்றேன் நீ அவனுடன் சேராதே! ஒன்றுப்பட்டு விடாதே! இந்துவாக இரு! அதே நேரத்தில் சாதி உணர்வுடன் இரு! " இந்துவாக இரு, ஒட்டு போடுவதற்கு! சாதியாக இரு, சனாதனத்தை பாதுகாப்பதற்கு! இப்படிச் சொல்வதுதான் ஹிந்துத்துவா.

நாம், பாஜக பேசுகின்ற அரசியல் செயல்திட்டங்களை விமர்சிக்கிறோம். அந்த ஹிந்துத்துவாவை விமர்சிக்கிறோம். வெறுப்பரசியலை விமர்சிக்கிறோம். மூன்று நாட்கள் கர்நாடகாவுக்குச் சென்றிருந்தேன். பதினொரு வேட்பாளர்களை ஆதரித்து தமிழர்கள் அடர்த்தியாக வசிக்கின்ற பகுதிகளில் சென்று பிரச்சாரம் செய்தேன். வெளிப்படையாகச் சொன்னேன் "பாஜகவுக்கு ஓட்டு போடாதீர்கள். ஏனென்றால், பாஜக மற்ற

அரசியல் கட்சிகளைப் போல சராசரி அரசியல் கட்சியல்ல. பாஜக ஆர்எஸ்எஸ் இன் ஒரு அரசியல் அணி".

ஆர்எஸ்எஸுக்கு நூறு வயது; பாஜகவுக்கு நாற்பது வயது. ஆர்எஸ்எஸ் தனது அறுபதாம் வயதில் பெற்ற பிள்ளைத்தான் பாஜக. ஆர்எஸ்எஸ் 1925-ல் உருவானது. ஜனசங்கம் 1980-களில் உருவானது. மொராஜிதேசாயுடன் இணைந்து ஜனசங்கம் இணைந்து ஜனதாவை உருவாக்கியது. அந்தக் கூட்டணியரசு கவிழ்ந்தவுடன் ஜனதா வெளியேறி ஜனசங்கம், பாரதிய ஜனதாவாக மாறியது. பாஜகவுக்கு ஆர்எஸ்எஸ் இருப்பதைப் போல காங்கிரஸுக்கு உண்டா?

பாஜகவுக்கு ஆர்எஸ்எஸ் இருப்பதைப் போல கம்யூனிஸ்ட் கட்சிகளுக்கு சங்கம் உண்டா?

பாஜகவுக்கு ஆர்எஸ்எஸ் இருப்பதைப் போல திமுகவுக்கோ, விடுதலைச்சிறுத்தைகளுக்கோ சங்கம் உண்டா? கிடையாது.

இந்தியாவிலேயே ஒரு அரசியல் கட்சிக்கு பின்னாலிருந்து கொள்கைகளையும், செயல்திட்டங்களையும் வரையறுத்து தரக்கூடிய ஓர் இயக்கம் உண்டென்றால் அது பாஜகவுக்கு இருக்கக்கூடிய ஆர்.எஸ்.எஸ்.தான். ஆர்.எஸ்.எஸ்.ஐ புரிந்துக்கொண்டால்தான் நீங்கள் பாஜகவை புரிந்துக்கொள்ள முடியும். ஆர்எஸ்எஸ் என்பது ஒரு நச்சுக் கொள்கையைத் தமது தலையாயக் கொள்கையாகக் கொண்டுள்ளது. அதுதான் சனாதனம். அதுதான் வர்ணாஸ்ரம தர்மம். அதுதான் மனுஸ்மிருதி. அதுதான் இன்றைக்கு ஹிந்துத்துவாவாக பாரதிய ஜனதாவால் முன்வைக்கப்படுகின்றது. ஆர்எஸ்எஸின் சனாதனம்தான் பாஜகவின் ஹிந்துத்துவாவாக விரிவடைந்துள்ளது.

எனவே, கர்நாடகத் தேர்தலில் நான் "கர்நாடக மக்களே, தப்பித்தவறி பாஜகவுக்கு ஓட்டு போட்டு விடாதீர்கள் ! கர்நாடகாவில் நீங்கள் அடிக்கின்ற அடி டெல்லிவரை எதிரொலிக்க வேண்டும். இந்தத் தேர்தலில், நீங்கள் கர்நாடகவில் வீழ்த்தினால் 2024 தேர்தலில் புதுவிடலியில் அவர்களை அப்புறப்படுத்திவிட முடியும்" என்று என்னுடைய மூன்று நாள் பிரச்சாரம் அப்படிதான் இருந்தது. நான் பேசி முடித்ததும் ஒரு காங்கிரஸ் வேட்பாளர் மைக்கை வாங்கி " சார் பேசுனதும்

என் மூளைக்குள்ளே நெருப்புப் பற்றிக்கொண்டது (*A fire caught in my brain*) எனச் சொன்னார்.

ஆர்.எஸ்.எஸ்.ஐ யாரும் அப்படி விமர்சித்தது இல்லை. ஏன், தமிழ்நாட்டில் கூட விடுதலைச்சிறுத்தைகளைத் தவிர வேறு யாரும் ஆர்எஸ்எஸ்-இன் அபாயத்தை எடுத்துச் சொல்லவில்லை. பாசிசம் என்னும் அரசியல் சுனாமி இந்தியாவைச் சூழ்ந்துகொண்டிருக்கிறது.

"2024இல் பாஜகவை வீழ்த்தவில்லையென்றால் இந்த நாட்டை யாராலும் காப்பாற்ற முடியாது. அந்த ஆபத்து எப்படி வருமென்றால், புரட்சியாளர் அம்பேத்கர் எழுதிய அரசமைப்புச் சட்டத்திற்கு ஆபத்தாக வரும். புரட்சியாளர் அம்பேத்கர் எழுதிய அரசமைப்புச் சட்டம் வேறொன்றும் இல்லை, இவ்வளவு நேரம் நான் பேசிய "சனநாயகத்தின் தொகுப்புதான் அரசமைப்புச்சட்டம்". புதிய இந்தியாவை கட்டமைக்கும் அரசியல் கோட்பாட்டு அறிக்கைதான் அரசமைப்பு. சட்டத்தின் முகப்புரை (*Preamble of Constitution*) அந்த அரசமைப்புச் சட்டத்தில் நான்கு முக்கியமான தூண்கள் உள்ளன "நீதி, சுதந்திரம், சமத்துவம், சகோதரத்துவம் (*Justice, Liberty, Equality, Fraternity*). இந்த நான்கும்தான் சனநாயகத்தின் தூண்கள். அதைக் கடந்து முக்கியமான கோட்பாடுகளாக பன்மைத்துவம், மதச்சார்பின்மை, கூட்டாட்சி (*Pluralism, Secularism, Federalism*) உள்ளன. இவை அனைத்திற்கும் எதிரான கட்சித்தான் பாஜக. இவைகளுக்கு எதிரான இயக்கம்தான் ஆர்எஸ்எஸ்.

ஒரே நாடு ஒரே கலச்சாரம் (*One nation one Culture*) இது பாஜக, ஆர்.எஸ்.எஸ்-இன் செயல்திட்டம். ஒரு மதம் இருந்தால்தான் ஒரு கலாச்சாரம் இருக்க முடியும். அதன்பொருள் என்ன? கிறிஸ்தவம், இஸ்லாம், சீக்கியம், சமணம், பௌத்தம் இருக்கக் கூடாது என்பதுதான். ஒரு மொழி இருந்தால்தான் ஒரு கலாச்சாரம் இருக்கமுடியும். அதன் பொருளென்ன? தமிழ், தெலுங்கு,மலையாளம், கன்னடம் இருக்கக்கூடாது, ஹிந்தி படிக்கவேண்டும் என்பதுதான். பிஜேபிக்கு ஆர்எஸ்எஸ் இருப்பதைபோல ஹிந்திக்கு சமஸ்கிரதம் இருக்கின்றது.

பார்ப்பன பனியா பாசிசத்திற்கு முடிவு கட்டுவோம். மக்கள் மன்றம் சூளுரைக்கின்றது. இது மக்கள் மன்றத்தின் சூளுரை

மட்டுமல்ல, இந்தியக் குடிமக்கள் ஒவ்வோருவரும் ஏற்றக்க வேண்டிய சூளுரை. என்பதைச் சொல்லி, பாசிசத்தை வீழ்த்த கைக்கோர்ப்போம், களமாடுவோம் என்று சொல்லி, வாய்ப்புக்கு நன்றி கூறி விடைபெறுகிறேன்.

நன்றி வணக்கம்!

"சுதந்தரம், சமத்துவம், சகோதரத்துவம் ஆகிய மூன்றும்
தனித்தனியான கோட்பாடுகள் என்று கருதக்கூடாது.
அவை ஒன்றோடொன்று ஒத்திசைந்தே இயங்கக்
கூடியவை."

- புரட்சியாளர் டாக்டர் அம்பேத்கர்.